அமர வேதனை

வல்லிக்கண்ணன்

Title: Amara Vedhanai

Author: Vallikannan

Language: Tamil

First Published on: 1974

Year of Publication: 2024

Book Format: Paperback

*Page Size: 6inch * 9inch*

Category: Poetry

Subject: Poetry

No. of pages: 66

ISBN: 978-81-988585-1-1

Published by: Nilan Publishers, Madurai, Tamilnadu, India

பொருளடக்கம்

குறிப்புகளுக்காக

பதிப்புரை

முப்பது ஆண்டுகளுக்கு முன்பு.கு.ப. ராஜகோபாலன் மறைந்து சில மாதங்களுக்குப் பின், அவர் சிறிது காலம் ஆசிரியப் பொறுப்பு ஏற்றிருந்த திருச்சி துறையூரிலிருந்து வெளியாகி வந்த 'கிராம ஊழியன் மாதமிருமுறை பத்திரிகையில்' பாரதி அடிச்சுவட்டிலே என்ற தலைப்பில் ஒரு புதிய கவிதையம்சம் வெளிவந்தது தொடர்ந்து. அதில் 'திங்கள்' என்ற தலைப்பில் 'இளவல்' என்ற புனை பெயரில் வந்த ஒரு கவிதையிலிருந்து சிலவரிகள் இதோ:

திங்களே
நீ வளர்ந்து பூர்ணமுறுகின்றாய்
பின் தேய்வது ஏன்?
ஏக்கமா, கவலையா, காதலா?
துக்கமா, வெறுப்பா, சோர்வா?
இருளைக் கொல்கிறாய் நீ
அந்த இருளே தின்றதோ உன்னை?
மீண்டும் மலர்கிறாய் ஓர் நாள்
அத்தோற்றம் கவர்ச்சி மிக்கது
உமையின் சிரிப்புப் போல.

ரசிக்கத்தக்கதாக இருந்த இந்த வரிகளை எழுதியவர் யாரென்று அப்போது தெரியாது எனக்கு. பிறகு தெரிய வந்த போது அவர் தான் வல்லிக்கண்ணன். ஒரு வண்டி புனைபெயர்களுக்கு அடியில் ஒளிந்துகொண்டு 'வலது கையாலும் இடது கையாலும் எழுதி பல இலக்கிய

அம்சங்களை தொட்டு 'கிராம ஊழியன் பொறுப்பாசிரிய ராக (1944-1947)' அதன் பக்கங்களை நிரப்பியவர். புதுக்கவிதை முன்னோடி நால்வரில் ஒருவர். மேலே உள்ள கவிதை வரிகள் பாரதி அடிச்சுவட்டில் கோட்சி வழியில் அமைந்திருந்தாலும் புது நோக்கு கொண்டிருப் பதை உணர்கிறோம்.

பிறகு 'எழுத்து' வோடு 1959-ல் உறவுகொண்டு அதிலும் மற்றவையிலும் தொடர்ந்து புதுக்கவிதைகள் எழுதினார். அவை அடங்கிய தொகுப்புதான் (அமர வேதனை. அன்று சந்திரனின் தெய்வைப் பார்த்து வேதனைப் பட்ட உள்ளம்தான் இன்றும்,

உண்மைக்காரக
உரிமைக்காக
மனிதருக்காக
செத்த சாக்ரட்டீஸ்,லிங்கன்
புத்தன் வகையறா...
அத்தனை பேரின்
ஆன்மாவும் அமைதியற்றுத்
தவிக்கும் என்றும் என்றும்!

என்று அமரவேதனைப்படுகிறது. கவிஞனின் உலகப் பார்வையும் தத்துவநோக்கும் அவனுடையது. வல்லிக் கண்ணன் மனப் புழுக்க படைப்பாளி. இன்றைய மானிட வாழ்க்கையின் அவல நிலையைக் கண்டு வெதும்பிய உள்ளம். அவர் கவிதைகள் பெரும்பாலும் அநுபவம் புயல், கசப்பும் புழுதியை என்னுள் ரொப்பிவிட்டது என்ற விதமாகவே பேசும். ஆனாலும் இந்த வறட்சி தொனிக்கு இடையேயும் உன் கண்கள் போன்ற ஒளியில்

உணர்வு கவிதைகளும் உண்டு. எளிய, சாதாரண வார்த்தைகளால் ஆன, நேரடியாகப் பேசும் கவிதை நடை அவருடையது. ஆழ்ந்த, தீர்க்கமான கருத்துக் கொண்டது. இவை எப்போதோ வெளியாகி இருக்கவேண்டியவை இப்போதாவது வெளிவர: அதுவும் நான் வெளியிட வாய்ப்பு கிடைத்தது எனக்கு ரொம்ப திருப்தி.

சென்னை
24-4-1974

சி.சு.செல்லப்பா

பிள்ளையார் சுழி

நான் 1942 முதல் 'வசன கவிதை' எழுதலானேன். அந் நாட்களில் மறுமலர்ச்சி இலக்கிய இரட்டையர் ஆக விளங்கிய (ந.பிச்சமூர்த்தி) பிக்ஷுவும், கு.ப.ராவும் எழுதிக் கொண்டிருந்த கவிதைகளே என்னையும் அம் முயற்சியில் உற்சாகமாக ஈடுபட வைத்தன.

பத்திரிகை உலகில் இடம் பெற 1943ல் எனக்கு வசதி செய்து வந்த சினிமா உலகம்' (மாதம் இரு முறை) நவசக்தி' (இலக்கிய மாசிகை) எனது கவிதை வளர்ச்சிக்கு துணை புரிந்தன. பின்னர் 'கிராம ஊழியன்' (இலக்கிய மாதம் இருமுறை) எனது இலக்கிய விளை யாடல்களுக்கு ஏற்ற நல்ல அரங்கமாக அமைந்தது 1944 முதல் 1947 முற்பாதி முடிய.

'கிராம ஊழியன்' நின்று விட்ட பிறகும் நான் கவிதைகள் எழுதிக்கொண்டு தான் இருந்தேன். என் கவிதைகளை விரும்பிப் பிரசுரித்த பத்திரிகைகளும் இருந்தன.

அப்படி நான் எழுதிய கவிதைகளில் 1960 க்குப் பிற் பட்ட படைப்புக்களே இத் தொகுதியில் இடம் பெற்றுள்ளன. ஒரு சிறு தொகுப்புக்காக எனது கவிதைகளை, 1978 ல் ஆரம்பித்து பின்னோக்கி தேர்ந்தெடுக்கையில், போதுமானவை இக்காலகட்டப் படைப்புகளிலேயே அடங்கி விட்டது தான் காரணமே தவிர, இதற்கு வேறு முக்கிய காரணம் எதுவும் இல்லை.

இக்கவிதைகளில் பெரும்பாலானவை 'தன்னக நோக்கு' உடையவை. சமுதாயப் பார்வை கொண்ட வைக்கும் குறைவில்லை! ஆனால் எனது எல்லா நோக்குகளுமே கோணல், குதர்க்கம், கோளாறு ஆனவை என்று இளைய தலைமுறைக் கவிஞர்களும் ரசிகர்களும் சொல்லக் கூடும்.

எனது படைப்புகளில் "ஸினிக்' தனமே ஓங்கிய தொனியாக ஒலிப்பது பெரும் குறையாக நன்னம்பிக்கை வாதிகளுக்குத் தோன்றலாம்.

இதற்கு வாழ்க்கை, நாட்டு நிலைமை, காலத்தின் போங்குகளை பொறுப்பு ஆகும். என்னுள் சிறுபிராயம் முதலே முனைந்தெழுந்து வளரும் 'ஸினிக்' தனம் கொழுத்துச் செழிப்பதற்கே இவை துணைபுரிந்துள்ளன. இந்த இருண்ட நம்பிக்கை வறட்சியை கொன்று மிதித்து வீட்டு, அந்த இடத்திலே ஒளிமயமான நன்னம்பிக்கை மலர்ந்து மணம் பரப்புவதற்கு, தமிழ்நாட்டின் அரசியல், சமுதாய, பொருளாதார, இலக்கியச் சூழல்கள் உதவி புரியவில்லையே!

வாழ்க்கையும் காலமும் என்னுள் எழுப்பிய எழுப்புகிற-உணர்ச்சிகளையும் எண்ணங்களையும் தான் நான் எழுத்தாக்கி வருகிறேன்.

இவற்றை பிரசுரித்த 'எழுத்து 'இலக்கிய வட்டம் சௌராஷ்டிர மணி 'சிவாஜி குருக்ஷேத்ரம் 'சிவகாசி முரசு கவிதா மண்டலம்' ஆகியவற்றுக்கு என் நன்றி உரியது.

என் கவிதைகளை தொகுப்பு உருவில் வெளியிட
முன்வந்த எழுத்து பிரசுரம் சி.சு.செல்லப்பாவின்
அன்புக்கு என் வணக்கமும் நன்றியும்.

வல்லிக்கண்ணன்

பாரத புத்திரரே

அன்று போல்
இன்றும் வாழ்கிறீர்
ஹே, பாரத புத்திரரே!
என்று நீர் விழிப்புறுவீர்
ராமன் ஆண்டாலென்,
ராவணன் ஆண்டாலென்,
எவன் எப்படிப் போனாலென்
என்றிருந்தீர் அன்று

உம் தலைமீதேறி
உயர்ந்தனர் மன்னர்?
உல்லாச வாழ்வில்
மிதந்தனர் களித்தனர்!
படை எடுத்து வந்த
பலப்பல இனத்தினர்
கொள்ளையிட்டுச் சென்றோடினர்.
கடல் கடந்து வந்த
அந்நியர் ஆளும் இனத்தவர்
யாமே என்று
கொடி கட்டி வாழ்ந்தனர்
உம்மை சுரண்டினர்?

சுதந்திரம் வந்தது;
சுகம் தான் வந்ததோ?
உம்மை சேர்ந்தோரே
உம் பேர் சொல்லி
தாம் உயர வகை கண்டனர்.

உம்மை சுரண்டி
ஏற்றம் கொண்டிட
வழி வகுத்து வாழ்கிறார்!

நீவிர்
அன்று போல் இன்றும்
ஏழையாய் தரித்திரமாய்,
பட்டினிப் படையினராய்,
உண்ண உணவும்
உடுக்க உடையும்
உறையுள் வசதியும்
பெற்றிட இயலாப் பூச்சிகளாய்
உழைத்துச் சலித்து
வரிகளும் உயர்விலைகளும்
கொடுத்துச் சோர்ந்து
புலம்பித் தவிக்கிறீர்
எனினும்,
எவர் ஆண்டால் நமக்கென்ன
என்றே நாளோட்டுறீர்!

என்றும் ஒன்று போல்
வாழ்ந்திடக் கற்ற,
ஹே பாரத புத்திரரே!
நீர் என்றோ விழிப்படைவீர்?

யாரே அறிவர்!

ஒரு இல்
ஒரு வில்
எனக்
கொள்கை கொண்டு
வாழ்ந்து காட்டினை!
ராமா! நின்
ராஜ்யம் இங்கு
வரல் வேண்டுமென்
விரும்பினர் பலரே!
விரும்புவோர்
இன்றும் உளரே!

எனினும்,
இன்று நீ
இந்நாட்டிடை வந்திடில்
உன் நிலை என்னாகுமோ,
யாரே அறிவர்?
மீண்டும் கானகம்
ஏகிட நேருமோ?
இருட்டடிப்பில் ஆழ்வையோ?
அன்றிக்
குண்டடி பட்டுச் சாவையோ?
யாருக்குத் தெரியும்!

ரகரகத் துணைவியர் பலப்பலர்:
சுரண்டிப் பிழைத்திட

உற்ற கருவிகள் பலப்பல!

எத்தி உயர்ந்திட
நாவலித்திடு நயம் நிறை
சொற்கள் மிகப்பல
பல கொண்டு வாழ்ந்திடும்
அரசியல் தலைவர்கள், மேதைகள்
வளர்ந்திடும் இந்நாட்டில்
பிழைக்கத் தெரியாப்
பித்தெனப் பரிகசிப்புக் குள்ளாவையோ!
ஏ ராமா,
உன் நிலை என்னாகுமோ-
யாரே அறிவர்

1973

அருள்வாய் அண்ணலே!

விஞ்ஞான மேதையே!
ஆக்கவும் அழிக்கவும்
காக்கவும் திறன் பெற்ற
இக்காளைக் கடவுளே!
பூலோக பிரமனே!
உனக்கொரு வேண்டுகோள்-

விலைவாசி உயர்வினால்
பொருள் இல்லாக் குறையினால்
பட்டினி நிலையே
எங்கும் பெருகுது
பணம் பற்ற நிலையினால்
மக்கள் தவிக்கிறார்.
பசியின் கொடுமை
நெடுகிலும் பரவுது.
பசிக்கு உண்டிடம்
பொருள்களும் கிடைக்கலை!
பணமும் பற்றலை!

ஆதலின்,
கலியுகக் கடவுளே
கண்டருளுக உடனே
வயிற்றுத் தொல்லையை
அவ்வப்போது தணித்திட
பில்ஸோ, காப்ஸ்யூலோ,
திரவமோ எதுவோ

உடனே தேவை.
அதுவும் மலிவு விலையில்
அதி அதிகமாய் வேண்டும்.
ஆக்கி அருள்வாய் அண்ணலே

1973

பராபரங்கள்

எதுக்காக
நாம் வாழ்கிறோமோ
வாழ்த் தவிக்கிறோமோ
அது
என்றோ செத்து மண்ணாய்ப்போச்சு
என்று எவனோ சொன்னான்.
அது சரியே போலும்!

எதுக்காக
மனிதர் வாழ்கிறார்
வாழப் பொருதுறார்.-
இதை
எவரும் அறிந்திலர்.
ஏனோ எப்படியோ
நாளோட்டுறார் பற்பலர்.
நாளோடுது, நாமிருக்கோம்
என இருக்கும்
பராபரங்களும் பலபலரே!

1972

இயல்பு

காற்று
சுற்றிச் சுழலுது;
சீறுது சாடுது.
தாவிப் புரண்டு
சன்னல் கதவை
தடாலெனத் தாக்குது
முட்டி மோதி முனகுது
விம்முது; வீரிட்டோடுது.
பெருமுச் செறிந்து
ஓய்ந்து ஒடுங்குது
செயலற்றவன் போலே
பம்மிப் பதுங்குது.

கடலில்
அலைகள் சீறி எழுந்து
பொங்கிப் புரண்டு,
தொலைப்போம் ஒழிப்போமென
வெறி கொண்டு தாவி
வீழ்ந்து எழுந்து
கரை நோக்கிப் பாயும்;
மோதும், சிதறும்.
நுரையாய் துளியாய்
உருக்குலைந் தழியும்,
முயன்று முயன்று
உழைத்தலுத்தோய்ந்திடும்
மனிதனைப் போலே.

காற்றாய்
சுழலும் மனமும்
அலையாய்
பொங்கும் ஆசையும்
எழுந்தெழுந் தோங்கும்
கனவும்
கொண்டுழைத்திடு மனிதரும்
ஓடியாடி
உழைத்துச் சலித்து
பலன் பெறாதயர் கையில்
விதியினை நேரவார்,
கடவுளை காய்வார்,
பிறரை பழிப்பார்,
வாழ்வே பாழாம்
எனப் புலம்பிச் சோர்வார்!
இது இயல்பு.

1972

அமர வேதனை

சிலுவையில் செத்த
ஏசுவின் புண்கள்
மீண்டும் கொட்டுது ரத்தம்!
மீண்டும் மீண்டும்
உயிர்க்கும் நித்தம்!

குண்டி பட்ட
காந்தியின் இதயம்
மீண்டும் கக்குது ரத்தம்!
துயரால் சாகும் நித்தம்

உண்மைக்காக
உரிமைக்காக
மனிதருக்காக
செத்த சாக்ரடீஸ், லிங்கன்
புத்தன் வகையரா ...
அத்தனை பேரின் ஆத்மாவும்
அமைதி யற்றுத் தவிக்கும்
என்றும் என்றும்!

நித்தம்
சத்தியம் கொலைபடல் கண்டு,
உரிமை பறிபடல் உணர்ந்து:
மனிதரை மனிதர்
தாக்குதல், நசுக்குதல்
கொல்லுதல் கண்டு.

மண்ணில் அங்கும் இங்கும்
எப்பவும் போர்வெறி
நரித்தனம் காய்த்தனம்
பயில்தல் அறிந்து!
மனிதர்
மனிதம் மறந்தது கண்டும்

1972

இனியவளே !

என்னைப் பிரிந்த
சின்னாட் களிலேயே
உன்னை நான் மறப்பேன்
என்று எண்ணி ஏங்கும்
என் அன்பே! கவலற்க!
உன்னை நான் மறக்கவும் கூடுமோ?

மழை
ஓயாது சளசளிக்கிறது,
உன் பேச்சைப் போல.

நாய்
அடிக்கடி குரைக்கிறது,
உன் குறைகூறல் போல.

இரவுகளில்
ஆந்தையின் அலறல்
என் தூக்கத்தை கெடுக்கிறது,
உன் முணுமுணுப்பு போல.

கொசுவின் இரைச்சலும்
அதன் நீங்காக் கடியும்
என்னை எழுதப் படிக்க விடாது
தொல்லை தருகின்றன,
அமைதியை கெடுக்கும்
உன் தொணதொணப்பு போல.

வேலையற்ற பூனை
வீட்டைச் சுற்றிச் சுற்றி வந்து
என்னை உறுத்துப் பார்த்து
எரிச்சல் தருகிறது எப்போதும்,
என்னிடம் ஏதோ தவறு
கண்டிட முயன்று வளையமிடும்
உன்னைப் போல:

என் முன்னே நீ இலையெனினும்,
என் அன்பே!
உன்னை நான் எப்படி மறப்பேன்?

1972

ஓட்டல் இட்டலிக்கு

அரைக் கோள வடிவத்தில்
அருமையாய் பூரித்து
சாம்பார் கடலினிலே
மல்லிகைத் தீவாய்
விளங்கிடும் சிறப்புற்றாய்
ஒரு காலத்தில் !
இன்று நீ உருக்குலைந்து
மிகத் தேய்ந்து
இளைத்ததுவும் ஏனோ,
எனக்கினிய இட்டலியே!
ஓட்டல் வாழ் அற்புதமே!

1971

சென்னை வந்த சிவன்

சென்னைக்கு வந்து சிவமானான்
அன்றொரு புலவன்
சென்னைக்கு வந்தான், சிவமானான்!
சென்னைக்கு வந்தேன், என்னானேன்?
இன்று நான்
சென்னைக்கு வந்து என்னானேன்?

வெண்பொடி போர்த்த மேனி
சடைபட்ட கூந்தல்
மண்பட்ட ஆடை பூண்டான்
பித்தனெனத் திரியும் சிவமானான்
தமிழைப் போற்றிய புலவன்.

ஓட்டல் தோறும்,
உணவெனும் பெயரில் கண்ட
நஞ்சையே தின்னக் கற்றேன்.
வீதிகள் திரியக் கற்றேன்;
வெறிநோக்கும் பெற்றேன்.
உடலெனும் பேரில்
எலும்புகள் சுமந்து நின்றேன்
எதையும் எண்ணிச்
சிரித்தல் கற்றேன்.
இவையும் சிவனின்
பண்புகள் தானே!

1971

வேண்டும்!

ஆசைப்பட்டது அனைத்தையும்
எளிதில் தந்திட, எனக்கு
அலாவுதின் 'ஜீனி' போலே
அதிசய பூதம் வேண்டும்.
அதை 'வா' என அழைக்கவும்
பின் அது போய்ப் பதுங்கவும்
அவனுடை விளக்குப் போல
விளக்கொன்றும் வேண்டும்.

எண்ணிய போதெல்லாம்
எங்கெங்கோ அலைந்து திரிந்திட
விக்கிரமாதித்த வேதாளம்
போன்ற தொரு தோழன்
எனக்கு வேண்டும்;
ஊர் உலகம் சுற்றிவர
உதவுகின்ற அதுவே
விதம் விதமாய் கதைகளையும்
சொல்லிடவும் வேண்டும்.

ஓட்டலிலே, ஸ்வீட் ஸ்டாலில்
கண்கவரும் வனப்புடனும்
செவிக்கினிய பெயருடனும்
கொலுவிருக்கும் இனிப்புகளும்,
காரவகை உண்டிகளும்
விருப்பம் போல் வழங்கிவிட

ஒரு அமுதசுரபி எனக்கு
வாய்த்திடவும் வேண்டும்.

எதுவுமின்றி வாடுகிற எனக்கு
இவை எல்லாம் தந்துவிடு, அன்னாய்?
வாழ்க நின்றன் அருளெனவே
வாழ்த்திசைப்பேன் என்றும்,
கற்பனையில் வாழ்வதன்றி
வேற்றியாப் பராபரமாம் நானே!

1971

ஸிட்டி பஸ்

நடந்தால் கால் வலிக்கும்;
மணிக் கணக்கில்
காத்து நிற்பதே சுகமாம்
என்று நிதம் தவம் பயின்று,
உன்னை கண்டதும் சாடி,
இடித்து நெருக்கும் கும்பலில்
முட்டிமோதி ஏற,
உள்ளே
மண்டிடும் கூட்டம்
முறைத்து நோக்கி முனக,
எட்டிப் பிடிக்க இயலாது
மேல்க் கம்பி தொட்டுத்
தொங்கி நின்று தவித்தாட
எப்படியோ ஓரிடம் சேர்வோம்
எனத் திணறித் திண்டாட,
உதவிடும் ஸிட்டி பஸ்ஸே!
என்றும் உனை நாடச் செய்தாய்
உன் புகழ் தான் என்னே என்னே!

1971

ஏனோ?

பெண்ணே, நவயுவதி!
மின்னிடும் கண்ணை மூடி
கருநிறக் கண்ணாடி
அணிவதும் ஏனோ?
யுகம் யுகமாய் கவிகள்
பற்பலர் கண்ணினைப்
புகழ்ந்ததும், புகழ்வதும்
தந்த கரிப்போ?
இஷ்டம் போல்
கண் சுழட்டி
கண்டு களிக்கச்
சூடிய மறைப்போ?
எது எனச் சொல்லுவாயே!

1971

நினைப்பு

கிடு சிடுக்கும்
சீற்றம் காட்டும்
சீரியஸ் முகமும்
சிந்தனை போஸூம்
சதா கொண்டிடும்
சிற்சில பேரைக்
காணும் போதெல்லாம்
சிறுபிள்ளையாய்
இவரும் இருந்ததில்லையோ
என்றே என்னும்
எண்ணும்.

எட்டாக் கனவுகள்
ஏக்கம் கவலைகள்
திட்டம் குழப்பம் பலவும்
மீண்டும் உளத்தராய்,
உர்ரெனு முகத்தராய்,
எப்பவும் தோன்றும்
சிலபேர் என்றுமே
சிறு பிள்ளையாய்
இருந்திலர் போலும்
என்றொரு நினைப்பு
என்னுளம் மேவும்.

கவலைகள்
தோன்றா உள்ளம்,

சிவிறிடும்
ஊற்றுச் சிரிப்பு
சிறு குருவிகள் போலே
ஆட்டமும் குதிப்பும்
ஓட்டமும் துள்ளலும்
கொண்டு,
மலரின் ஒளியாய்
இசையின் ஒலியாய்
திகழும் குழந்தைகள்
இயல்பை பெரியவர்
இரவல் பெற்றிடின்
நன்றே யாகும்
என்று
என்னுளம் கருதும்.

1970

முடிவா முக்கியம்?

உலகில்
எத்தனை மனிதர்கள்!-
எத்தனை எத்தனை
ஆண்கள் பெண்கள்!-
அத்தனை பேருக்கும்
ஒரே முடிவு!
செத்தே தொலைவர்
அத்தனை அத்தனை மனிதரும்!

உலகில்
வாழும் வகைகள் எத்தனை?
எத்தனை எத்தனை
மனிதர் உளரோ
அத்தனை அத்தனை
வாழ்க்கை முறைகள்!
ஒவ்வொரு நபரின்
வாழ்க்கை வழியும்
தனித்தனி விதமாம்!

எனவே,
உலகில்
எப்படி முடிந்தார்
என்பதா முக்கியம்?
எப்படி வாழ்ந்தார்,
வாழ்கிறார் என்பதே பெரிதாம்.

1968

எண்ணிப்பாரு சும்மா!

ஏ ஏய்,
எண்ணியது உண்டா
என்றேனும் நீ? -
உனக்கு நீயே அந்நியன்! ஒவ்வொரு நபரும்
தனக்குத் தானே அந்நியன்.
மனிதரை மனிதர்
புரிவது இல்லை.
தன்னைத் தானே
உணர்வதும் இல்லை.

பிறப்புக்கு முன்னும் இருட்டு
இறப்புக்குப் பின்னும் இருட்டு
இடையில் எத்தனை இருட்டு
தூக்கம், மடமை, தன்னலம், அகந்தை-
இப்படி எத்தனை இருட்டு

உன்னை எண்ணிப் பாரு
என்று சொன்னவன்
தன்னை உணர்ந்தவனில்லை.
மனிதன் எவனும்
தன்னை அறிந்தது இல்லை. முற்றும்
உணரப் போவதும் இல்லை!
ஒற்றை
வாழ்வை வாழ்வதாய்
எண்ணும் நீ
எத்தனை வாழ்வு வாழ்கிறாய்

உனக்காய், பிறர்க்காய்,
ஊருக்காய், மதிப்புக்காய்
மெய்யாய், போலியாய்,
எத்தனை வாழ்வு வாழ்கிறாய்?
நினைப்பில், எண்ணமாய்,
கனவில், ஆசையாய்,
துயிலில் கனவாய்
எத்தனை வாழ்வு வாழ்கிறாய்?
இன்று நேற்று-நாளை
என்ற நினைவுத் தடத்தில்
எத்தனை வாழ்வு!
விழிப்பில் உணர்வொடு
வாழும் நீ
தூக்க நிலையில்
விழிப்பற்று, விசித்திர
வாழ்வு வாழ்கிறாய்!

உன்னை நீ உணர்வது இல்லை.
தன்னைத் தானே வென்று
ஆண்டவன் எவனுமே யில்லை!
எண்ணியது உண்டா இதனை?
எண்ணிப் பாரு சும்மா?

1968

ஒரு புத்தகம்

வாழ்க்கை
என்றொரு புத்தகம்;
பக்கங்கள் எத்தனை
யார் அறிவார்?
வெள்ளைத் தாள்களை
அள்ளிச் சேர்த்து
புத்தகம் எனத் தந்த
பித்தன் எவனோ
யார் அறிவார்!

ஒவ்வொரு உயிர்க்கும்
தனித் தனிப் புத்தகம்
மெள்ள மெள்ள அதை
முடிக்கும் வேலையும்
அவ் உயிர்க்கேயாம்!
நல்ல புத்தகம் ஆக்கும்
நபரும் யாரே யாம்?

பிள்ளைக் கிறுக்கல்,
கோடுகள், கீறல்கள்,
குழப்பச் சித்திரம்;
ஓடும் சீரில்
ஆடும் பூச்சி போல்
எழுதிடு வண்ணங்கள்;
பொருந்தாக் கோலம்,
முடியாக் கதைகள்;

அடித்தல், திருத்தல்,
சாயம் பூசல்,
அள்ளித்தெளித்தல்,
பூசி மெழுகுதல்;
தாளைக் கிழித்தல்,
தாறு மாறாய்
தீட்டி வைத்தல் --
இப்படி எல்லாம்
பக்கங்கள் !

நல்ல புத்தகம்
எங்கே முடியும்?
எப்படி அமையும்?

1968

அறிஞர் ஆந்தை

(ஆங்கிலப் பாடல் ஒன்றின் கருத்தை தழுவியது)

ஆந்தை ஒன்று
மரத்தில் இருந்தது.
அறிஞர் ஆந்தை
அதிகம் பார்த்தது.
பார்க்கப் பார்க்க
கூச்சல் குறைத்தது.
கூச்சல் குறையவும்
கூரிய கா தால்
அதிகம் கேட்டது.
அதனால் பின்னர்
உண்மை தெரிந்து,
தன்னை அறிந்து,
உலகை உணாந்தது.
பேச்சை வளர்க்கும்
பெரியவர் பலரும்
ஆந்தையை போல
ஆழ்ந்து அடங்கிடில்
அமைதி வளரும்
உலகம் உய்யுமே!

1969

உன் கண்கள்

சூழ்நிலைப் பாலையில்
வாழ்க்கை வெயிலில்
சுற்றித் திரியும்
என் கண்களுக்கு
குளுகுளு ஓயஸிஸ்
ஆயின், அன்பே!
உன்னிரு விழிகள்!

அலுவல் அலைகளில்
எற்றுண்டு இடறி,
காகிதக் கடலில்
புரண்டு தவிக்கும்.
என் விழிகள்
தங்கி இன்புற
பசுமைத் திவாய் உதவும்,
பெண்ணே!
உன் ஒளிக் கண்கள்.

1967

வெறும் புகழ்!

பார்க்கப் போனால்
வெறும் புகழில்
என்ன இருக்கிறது?
புகழ் ஒரு வேசி...

ஏ ஏய். வேசியாவது
காசு சம்பாதிப்பாள்.
கிராக்கி வராதபோது
இன்பம் தருவாள்.
வெறும் புகழ்
என்ன தரமுடியும்?

காப்பி தாகம்
மனசை வறட்டுது;
புகழை குடிக்க முடியுமா?

பசி
வேட்டை நாயென
குடலைக் குதறுது
புகழ் தீனி ஆகுமா?
கண்டதும் கவரும்
பண்டமும் பகட்டும்
கண்ணில் பட்டால்
ஆசை தூண்டுது
வாங்கி மகிழ் என!
மணிப் பர்ஸ் காலி.

புகழைக் கொண்டு
பணப்பை ரொம்புமா?

உள்ளத்தில் அரிப்பு.
ஊர் சுற்ற வேணும்!
சட்டையோ கிழிசல்.
புகழை சட்டையாக
அணிய முடியுமா?

தெருவில் போனால்
தார் ரோடு பொசுக்குது.
புகழ் செருப்பு ஆகுமா?
கடும் வெயில் தாக்கி
மூளை குழம்புது;
காத்திட புகழ்
என்ன குடையா?

குளிர் இரவில்
பனிக் காற்று
உடலை வாட்டுது.
புகழ் போர்வை இல்லையே!

பார்க்கப்போனால்
வெறும் புகழில்
என்ன இருக்கிறது?

1966

காலதேவா!

காத்திரு என்றாய்
காலமே!
நம்பினேன்; வாழ முயன்றேன்.
வருங்காலம் நமதே
எனும் நம்பிக்கை
என்னுள் ஓர் தெம்பு வளர்த்தது.

உன் இதயத் துடிப்பு போன்ற
கடியார டிக்கொலியும்,
உன் ஓட்டத்தை அளவிட்டுக்
கிழிபட்ட காலண்டர்
தாள்களும்
என்னை பாதித்ததில்லை.
நான் நம்பினேன்;
கனவில் வாழ்ந்தேன்.

நீ
மூடிய கண்ணனாய்
வறண்ட உளத்தனாய்,
உணர்விலா வெறியனாய்
ஓடினாய், ஓடுகிறாய்
ஓடிக்கொண்டே இருக்கிறாய்!

காலமே!
வாழ்க்கை வெயில்
என் நம்பிக்கையை

பாழ் பண்ணிவிட்டது.

அனுபவப் புயல்
கசப்புப் புழுதியை
என்னுள்
ரொப்பி விட்டது.
காத்திரேன் இனி நான்.
காத்திருப்பாய் நீயே என் இறுதி நாள்
என்று வந்திடும் என்றே!

வாழ்வது கொடியது
என்பதை
கணந்தோறும் உணர்த்துகிறாய்,
காலமே!
அன்பும் இரக்கமும்
ஊறும் உள்ளம் பெற்று
வாழ்வது எவ்வளவு
துன்பகரமான என்பதை
அனுபலம் உணர்த்துது!

1965

என் எண்ணங்கள்

என் உள்ளத்தில் எண்ணங்கள்
புகையும் நெருப்பு: சுடரும் கனல்கள்;
தெறிக்கும் பொறிகள்; எரிக்கும் கங்குகள்;
குமுறும் எரிமலை; கொதிக்கும் குழம்பு;
குமையும் காளவாய்; பொங்கும் உலை,
ஈர விறகிலே பற்றிய அனல்.
வைக்கோல் போரில் பிடிக்கும் பெருந் தீ;
உருகி ஓடும் இரும்பின் திரவம், கொதிக்கும்
ஈயக்குழம்பின் குமிழிகள்.

என் உள்ளத்தில் எண்ணங்கள்
குளிர் பூஞ்சுனையின் தெளிந்த நீரின்
நுண் துகள்கள், குமிழிகள், சிற்றலை.
ஓடும் ஆற்றின் நெளிவுகள், சுழிவுகள்.
அலையும் கடலின் ஆர்த்தெழு திரைகள்:
திரைமேல் நுரைகள்; பொங்கும் நுரையின்
பூரிக்கும் மொக்குகள்; வெடிக்கும் மலர்கள்.
வெயிலில் மின்னும் கடலின் அசைவுகள்.
நிலவில் மிளிரும் நீரொளிச் சிதறல்.
வெள்ளப் பெருக்கின் வீரத் துடிப்பு
சாடும் நீரின் வேக விரைவு.
விண்வெளி வீழும் மழையின் கம்பிகள்.
தரையில் ஓடும் நீரின் கக்கலும் கரைசலும்.
தேங்கிய நீரின் சாக்கடை நுரைப்பு.
நாற்ற ஊரணியின் பாசிப் பரப்பு.

என் உள்ளத்தில் எண்ணங்கள்
அரும்பும் மொக்கு. விரியும் முகை,
சிரிக்கும் மலர்கள்.
மலர்ந்தும் மனமிலாப் பூக்கள்.
மணம் மிகப்பரப்பும் வெண்ணிற புஷ்பங்கள்.
வண்ணப் பூக்கள் வளப்பின் களஞ்சியம்.
உதிர்ந்த பூக்கள். வாடிய இலைகள்.
பசிய கொடிகள்.பழுப்புகள்.
தளிர்கள் சருகுகள், செத்தைகள், குப்பைகள்.

என் உள்ளத்தில் எண்ணங்கள்
வருடும் தென்றல். நடுக்கும் வாடை
வறண்ட கோடை, மண்வாசனை
சுமந்த மழை நேரக் காற்று, சுழன்றிடும் சூறை.
சாடும் புயல்.
வீதி மண்ணை விழிகளில் திணிக்கும் வீணக்
காற்று.
பெரும் பெரும் பேய்க்காற்று.
இலை கூட மூச்சு விடா நேரத்து,
வதைத்திடும் புழுக்கம்.
புயலின் பின் அமைதி
இனிய சுகந்தம் புழுதி மண் சாக்கடைப்
புழுக்கம்; கரிக்கும் புகை மண்டிடும் நாற்றம்.

என் உள்ளத்தில் எண்ணங்கள்
தெய்வச் சிலையில் அர்ச்சித்த மலர்கள்
பிணத்தின் மீது கொட்டிய பூக்கள்
மணத்தம்பதிகள் இன்புறு கட்டிலில்
தூவிக் கசங்கிய புஷ்பங்கள்.

காட்டில் மலர்ந்த பூங்கொத்துகள்
வயல்வரப்புகளில் சில்லெனச் சிரிக்கும்
இனம் தெரியாச் சிறுசிறு வண்ணப் பூக்கள்.
பாத்தியில் பூத்த ரோஜா, முல்லை, இருவாட்சி எல்லாம்.
மரத்தடியில் பாவாடை பரப்பிய பவளமல்லி,
இயற்கைச் செண்டுகள்; செயற்கைக் கதம்பம்

என் உள்ளத்தில் எண்ணங்கள்
அகல் விளக்குகள்.கார்த்திகை தீபக்
குளுமைச் சுடர்கள்,
சொக்கப்பனையின் செந்நாப் பிழம்புகள்.
மின்சார விளக்குகள். மின்னல் கிறுக்குகள்.
ஒளிச் சிமிட்டல்கள்
தீபாவளி இரவில் எங்கெங்கும் தெறிக்கும்
பட்டாசுச் சீறல்கள்: மத்தாப்புச் சிரிப்புகள்.
திருவிழாக் காலத்து தீப்பந்தச் சுழிப்புகள்.
அணைந்த தீவட்டியின் எரிந்த புகைச் சுருள்.
சாம்பிராணிப் புகையின் நறுமண நெளிவு.

என் உள்ளத்தில் எண்ணங்கள்
மழைக்கால ரோட்டின்
ஈரத்தில் விழுந்த பெட்ரோல்
தீட்டும் வர்ணக் கோலம்.
வானவில் வண்ணங்கள்.
ஓடும் நீரில் வீழ்ந்து சிதறும்
மழைக் குமிழ்க் குதிப்புகள்.
கல் விழுந்த நீர்ப் பரப்பில்
விரித்திடும் வளையங்கள்

மழைகாலக் காவேரி.
வெயில் கால வைகை!
கோடை வெயில் கொதித்த
கூவத்தில் குபுகுபுத்திடு குமிழிகள்.

என் உள்ளத்தில் எண்ணங்கள்
தெய்வச் சிரிப்பு: அரக்க ஒலம்;
குழந்தைகள் கிசுகிசுப்பு.
காதல் கிளுகிளுப்பு, காமப் பெருமூச்சு.

என் உள்ளத்தில் எண்ணங்கள்
நல்லன, தீயன; இனிப்பன கசப்பன.
சிரிப்பன, அழுவன்: உறவுகள்,
பகைகள் மோதும் முரண்கள்
பலப்பல பலவாம்.

1964

நான்

நான்
சோம்பலின் தொண்டனல்ல;
சுறுசுறுப்பில் எறும்பும் இல்லை.

நான்
தூங்கிக் கிடக்கவுமில்லை;
'விழு விழு என்று
வேலை செய்து
அலுப்புறவும் இல்லை.

நான்
குழந்தைபோல்
எதிலும் அதிசயம் காண்பதால்,
வேடிக்கை பார்த்து
நின்று விடுகிறேன்.
ஓடும் கால உணர்வு அறிவேனில்லை.

நான்
மாணவன் போல்
படிப்பில் ஆர்வம் காட்டுகிறேன்;
அதனால் செயல்திறம்
மறந்து போனேன்.

நான்
கடவுள் போல்
கவலையை உதறினேன்;

கனிப்பே கொண்டேன்.

1964

வெள்ளம்

ஆற்றில் புதுவெள்ளம் - ஏற்றிடும் அலைகள்
மேற்செல்லும் சுருள்கள்
நுங்கும் துரையுமாய்
பொங்கிடும் வெள்ளம்.
சுழலுது, சுருளுது,
மோதுது, சாடுது,
ஓடுது ஓடுது
ஓடுது வேகமாய்
எதையோ முடித்திடல் போலே!
முடிப்பது எதுவுமிலை
முடிவோ கடலிலே!

பட்டணத்துப் பாதையிலே
புரண்டிடும் ஜனவெள்ளம் -
எத்தனை மனிதர்கள்!
எத்தனை எத்தணை ரகங்கள்!
தம்மிலே தாமாய்,
நினைவும் கவலையும் தமக்கேயாக்கி,
மிஷின் யுகத்தின்
அவசர நிழல்களாய்
அசைந்திடும், நடந்திடும்
விரைந்திடும் உருவங்கள்!
பரபரத்திடும் கும்பல்...
இன்று போல் நாளை-
நேற்றுப் போல் இன்றென
ஓடியும் சாடியும்

முடிப்பது என்னவோ?
வாழ்க்கையே வெள்ளம்
மரணமும் கடலோ?
மரணத்தைக் கூடிட
விரைதலும் வேண்டுமோ?

1963

செயலும் பலனும்

பாபம் செய்
என்றது உணர்வு
உணர்வை தீய்த்து
உடலைக் கருக்குது
பாபம் !

சிந்தனை செய்
என்றது அறிவு.
உளத்தை உறிஞ்சி
வாழ்வை தீய்க்குது
சிந்தனை.

1964

பண்பு ஒன்றே

விளக்கைப் போட்டேன்
கொசுக்கள் ஆய்ந்தன.

இனிப்பைக் கொட்டினேன்
ஈக்கள் மொய்த்தன.

மிட்டாய் நீட்டினேன்
குழந்தைகள் சூழ்ந்தன.

புல்லைச் சிதறினேன்
ஆடுகள் சேர்ந்தன.

பணத்தை காட்டிடில்
மக்கள் கூடுவர்?

பார்க்கப் போனால்,
பண்பு ஒன்றே!
பண்பு ஒன்றே!

1968

'எக்ஸ்'?

அறியாப் பொருளை
'எக்ஸ்' எனக் கொள்வோம்
என்றே கூறும் கணிதம்.
வாழ்க்கையில்
மனிதன் தேடும்
எக்ஸ் தான் என்ன?

பணமே எக்ஸ்
என்பது பலப்பலர் தீர்ப்பு.
புகழே எக்ஸ்
என்பர் சிலரேயல்லர்.
எக்ஸ் என்பது
இன்பமே யாகும்;
பணம், புகழ், பதவி, பட்டம்,
சொத்து, சுகம், சோம்பல்,
அமைதி, ஸெக்ஸ், ஆனந்தம்
எக்ஸ் என்று-
எதெதையோ விடையாய்
கணக்கிடும் மனிதர் கூட்டம் !

வாழ்க்கைக் கணக்கின்
விடைதான் என்ன?
கணக்கைக் கொடுத்த
வாத்தியைக் காணோம்.
தெளிவுபெற முயன்றோர் விளைப்பது குழப்பம்.

1962

பெண்ணின் கண்கள்

ஏக்கத்தைத் தேக்கிக் காட்டும்
உன் கண்களில்
ஏதேனும் மாயமந்திரங்கள்
உண்டோ பெண்ணே?
உன் பார்வையில்
சொக்குப் பொடி ஏதேனும்
உண்டோ பெண்ணே?

கண்கள்
பெண்ணின் கண்கள் -
அழுகையிலும் சிரிப்பிலும்
ஏக்கக் குளங்களாய்,
அல்லது ஆனந்த ஊற்றுக்களாய்,
வேதனைப் பொறிகளாய்
அல்லது வியப்பின் சுடர்களாய்,
கோபத்தின் கனலாய்
அல்லது ஆசையின் நிலவாய்,
எப்படித் திகழினும்
வனப்பின் களமாகவும்
வசியக் காந்தமாகவு
மன்றோ மின்னுகின்றன!

1962

மலரும் நெருப்பும்

ஆகா,
பெண்ணைப் பாரேன்--
மலரின் குவியல்!
மலரின் குவியல்!

அவள் முகம் அழகு ரோஜா.
கண்கள் கருநீலம்.
இதழ்கள் மாதுளை மொக்கு.
மேனி எங்கும்
தாமரை மொய்க்கும்
குளிர்புனல் தேக்கம்!

அவள் சிரித்தால்
மலரும் முல்லை.
அவள் முழுநிலா
அதில் ஐயம் இல்லை!.
பார்வை அமுதம்
பேச்சு தேன் தேன்!
ஆகா! பெண்ணைப் பாரேன்
பலரின் குவியல்!

ஆசையோடு அவளைப் பார்த்து
திரும்பிப் பார்த்து,
உறுத்துப் பார்த்து,
மேலும் பார்வை வீசிடில்
அவள் எறியும் பார்வை

சுடும் சுடும், சுடு நெருப்பு!
மலரின் காடாம்
மங்கை மனம் திரிந்திடில்,
தீயின் கொழுந்தாய்
திகழ்தலும் கூடுமே.

1962

வாழ்க்கை

முதலும் முடிவும்
காண முடியாக் கருங்குகை
வழியோ வாழ்க்கை?
அதனுள் சிக்கிய
அப்பாவிப் பிராணியோ
மனிதன்?

திறக்கும் கதவும்
மூடும் கதவும்
உணர்வில் புரியா
இருட்டறை தானா
வாழ்க்கை?
அதனுள் ஓடும்
கறுப்புப் பூனையை
தேடித் திணறும்
குருடனா மனிதன்?

எட்டாத விண்ணோக்கி ஏங்கி,
கவலைச் சுமையால் குனிந்து,
மண்ணைப் பார்த்து மூச்செறிந்து,
காலப் பாழில் அடிபதியா தழியும்
அர்த்தமில் பயணியோ மனிதன்?
அவனை வருத்தும்
தண்டனை தானோ வாழ்க்கை?

1972

விதி

நடந்தே கழியணும்
வழி;

கொடுத்தே தீரணும்
கடன்;

செய்தே அழியணும்
வேலை:

அழுதே ஒழியணும்
துக்கம்;

வாழ்ந்தே முடியணும்
வாழ்வு:

இதுவே உலகின் நியதி.

1962

கர்ப்பச் சிதைவு

பூவாது உதிர்ந்த அரும்பு
காயாது வதகிய பிஞ்சு
கனியாது வெம்பிய காய்
உயிர்க்காது பிறந்த பிண்டம்
இவை தானோ கருவின் சிதைவு?

கலைந்த துயிலின் அதிர்வில்
குலைந்து விட்ட கனவு,
பிறர் குறுக்கிடப்
பாதியில் நின்ற எண்ணம்,
செயலுருப் பெறாது.
மக்கிய ஆசை,
வாய்ப்பின்றிக் கருகும் திட்டம்,
ஊமை உளத்தில்
உலையும் கருத்து-
இன்னும் கர்ப்பச் சிதைவுகள்
எண்ணில, எண்ணில.

1962

குருட்டு ஈ

ஒளி நன்று; ஒளியே அமுதம்
அது இனியது; வாழ்வு தருவது.
உண்மை; நான் மறுக்கவில்லை.

வெள்ளம் பெருகி ஓடினும்
நாய் நக்கியே குடிக்கும்.
வெள்ளமாய் ஒளி
வெளியை நிறைக்கிலென்?
உள்ளக் குகையில்
இருட்டே இருந்தால்
உலகமும் இருளாம்...

விளக்கை ஏற்றினேன்.
வெடித்துச் சிரித்தது
பேரொளி.
கிர்ரர்.கிர்
என்ன இரைச்சல்?
ஏனிந்தச் சுழற்சி?

ஒரு ஈ
சுற்றுது! சுற்றிச் சுற்றி,
சுழன்று மோதி,
விழுந்து எழுந்து,
மேலும் சுற்றிச் சுற்றி மயங்குது.
குருட்டு ஈ
இருட்டில்லை எனினும்

வழி புரியலை அதுக்கு!

வெளியெலாம் வெளிச்சம்.
அறையுளும் வெளிச்சம்.
கடுவிலே கதவு --அதில்
சட்டமிட்ட சதுரக் கண்ணாடி
வர்ணமலா வெறும் கண்ணாடி.

அறைக்குள் ஒரு குருவி.
சிறகு விரித்துச் சிவ்வென்று பாயுது;
மோதுது. மீண்டும் பாய்ந்து
மீண்டும் மோதி,
மீண்டும் மீண்டும்
கண்ணில் குத்துது வெளியொளி;
கருத்தில் பதியிலை இடைத்தடை !

வெளியின் ஒளி மட்டும் போதுமோ,
உள்ளத்தில் இருளே மண்டிக் கிடக்
கையில் ?

1960

விஷமும் மாற்றும்

வாழ்க்கை விஷம் தானா?
மரணம் அதற்கொரு மாற்றோ?
வாழ்க்கை விஷம்,
மரணமே மாற்றென்று
ஒரு கவிஞன் ஓதுகின்றான்.

சாவு துயிலாமோ?
பிறப்பும் விழிப்பேயோ?
தூங்குவது போலும் சாக்காடு
தூங்கி விழிப்பது போலும்
பிறப்பென்று
ஒரு அறிஞன் கூறுகின்றான்.

பிழைக்கிற பிள்ளைக்கு
பிச்சிப்பூ நஞ்சா?
சாகத் துணிந்தவனுக்கு
சமுத்திரம் முழங்கால் மட்டு!
எவனெவனோ
எப்பெப்பவோ
சொன்ன பேச்சுக்கள் தான்!

நஞ்சு உண்டவன்
நெஞ்சு அடைக்கு முன்
கண்டத்தில் நிறுத்தினான் அதை!
கண்டனாகு நீயும் - நீல
கண்டனாக மாறு!

உண்ணும் நஞ்சும் அமுதமாகும்.

மரணம் வந்தபோது
சிறுவன்
அரவணைத்தான் சிவனை;
அரனும்
எட்டி உதைத்ததாவே
செத்துப் போனான் காலன்.
பித்தனாக மாறு?
நஞ்சும் மாறும்; மாற்றும் தீரும்.

1960

காலக் குரல்

காலம்
என்னுள்ளே கவலைப்பயிரை வளர்க்குது
பயிரே எங்காவது
களையாக மண்டுமோ?

காலம்
மனித மனசிலே வளர்க்கும் கவலை
களையாய் ஓங்கிப் பெருகுதே!

காலம்
உள்ளத்திலே மகிழ்ச்சி மலரை
புஷ்பிக்கச் செய்வதாக
கவலையை கொல்வோம்
என்றது சிந்தனை.

காலம்
வளர்க்கும் கவலைகள்
காலச் சுவட்டால் அழிந்துபடும்.
கவலை இளமைக்குப் பகை,
இன்பத்துக்கு மறலி,
சிரிப்பை எரிக்கும் நெருப்பு:
கவலையை ஒழிப்போம்;
கலையே கருவி என்றது சிந்தனை.

காலம்
துணை புரிந்தது.

எழுதிய தெல்லாம் கலையாச்சு,
எண்ண மெல்லாம் எழுத்தாச்சு!
எங்கோ சிரிப்பொலி எழுந்தது.
எதிலும் பயனிலை,
எல்லாம் வீண்-வீண் - வீணேயாகும்
என்றொரு ஒலி கேட்டது
காலம்
எழுப்பும் குரல் தான் அது

1960.

www.ingramcontent.com/pod-product-compliance
Lightning Source LLC
LaVergne TN
LVHW050951051026
849532LV00005B/1788
* 9 7 8 8 1 9 8 8 5 8 5 1 1 *